U.S. Citizenship Study Guide - Gujarati
And Workbook

100 QUESTIONS YOU NEED TO KNOW

2017 Update

U.S. Citizenship Study Guide - Gujarati
And Workbook

100 QUESTIONS YOU NEED TO KNOW

2017 Update

By
Jeffrey B. Harris M.Ed

●Yonah Publishing●

U.S. Citizenship Study Guide - Gujarati: 100 Questions You Need to Know -2017 update

By Jeffrey B. Harris

Copyright © November 2017
Alpharetta, Georgia

All rights Reserved. No part of this book may be reproduced or transmitted in any form by any means, electronic or mechanical, including photocopying and recording, or by any information storage and retrieval system, except as may be expressly permitted by the 1976 Copyright Act or in writing from the publisher.

Introduction

In order to become a citizen of the United States, there are four tests that you must pass:

1. Speaking Test

2. Reading test

3. Writing test

4. Civics test

Guess which one this book pertains to? Yes, civics. There are **100** potential questions that will be asked on the civics portion of the naturalization test. Usually, only **10** questions are asked, and you must answer **6** correctly. This book is set up to act as a study guide. The first half contains the questions and the second half contains the answers. You should write down the answer in the space provided once you truly know it. Good luck!

translated using Google translate

Part One

Questions

1
WHAT IS CONSIDERED THE SUPREME LAW OF THE LAND?

2
WHAT IS THE FUNCTION OF THE CONSTITUTION?

3
WHAT ARE THE FIRST THREE WORDS OF THE CONSTITUTION, THAT REPRESENT THE IDEA OF SELF-GOVERNMENT?

4
WHAT'S AN AMENDMENT?

5
WHAT ARE THE FIRST TEN AMENDMENTS TO THE CONSTITUTION CALLED?

6
WHAT IS ONE FREEDOM FROM THE FIRST AMENDMENT?

7
HOW MANY AMENDMENTS ARE IN THE CONSTITUTION?

8
WHAT DID THE DECLARATION OF INDEPENDENCE DO?

9
WHAT ARE THREE RIGHTS IN THE DECLARATION OF INDEPENDENCE?

10
WHAT IS FREEDOM OF RELIGION?

11
WHAT IS THE ECONOMIC SYSTEM IN THE UNITED STATES?

12
WHAT IS THE "RULE OF LAW"?

13
NAME A BRANCH OF THE U.S. GOVERNMENT.

14
WHAT STOPS A BRANCH OF GOVERNMENT FROM BECOMING TOO POWERFUL?

15
WHO RUNS THE EXECUTIVE BRANCH?

16
WHO MAKES FEDERAL LAWS?

17
WHAT ARE THE TWO PARTS OF THE U.S. CONGRESS?

18
How many U.S. Senators are there?

19
A U.S. Senator is elected for how many years?

20
Who is one of your state's U.S. Senators now?

21
How many voting members are in the House of Representatives?

22
A U.S. Representative is elected for how many years?

23
Name a U.S. Representative from your state.

24
Who does a U.S. Senator represent?

25
Why do some states have more Representatives than other states?

26
A President is elected for how many years?

27
WHAT MONTH DO WE VOTE FOR PRESIDENT?

28
WHO IS THE PRESIDENT OF THE UNITED STATES NOW?

29
WHO IS THE VICE PRESIDENT OF THE UNITED STATES NOW?

30
IF THE PRESIDENT CAN NO LONGER SERVE, WHO BECOMES PRESIDENT?

31
WHO WILL BECOME PRESIDENT IF BOTH THE PRESIDENT AND THE VICE PRESIDENT CAN NO LONGER SERVE?

32
WHO IS THE COMMANDER IN CHIEF OF THE MILITARY?

33
WHO SIGNS BILLS TO BECOME LAWS?

34
WHO VETOES BILLS?

35
WHAT DOES THE PRESIDENT'S CABINET DO?

36
WHAT ARE TWO CABINET-LEVEL POSITIONS?

37
WHAT DOES THE JUDICIAL BRANCH DO?

38
WHAT IS THE HIGHEST COURT IN THE UNITED STATES?

39
HOW MANY JUSTICES ARE ON THE SUPREME COURT?

40
WHO IS THE CHIEF JUSTICE OF THE UNITED STATES NOW?

41
UNDER OUR CONSTITUTION, SOME POWERS BELONG TO THE FEDERAL GOVERNMENT. WHAT IS ONE POWER OF THE FEDERAL GOVERNMENT?

42
UNDER OUR CONSTITUTION, SOME POWERS BELONG TO THE STATES. WHAT IS ONE POWER OF THE STATES?

43
WHO IS THE GOVERNOR OF YOUR STATE NOW?

44
WHAT IS THE CAPITAL OF YOUR STATE?

45
What are the two major political parties in the United States?

46
What is the political party of the President now?

47
What is the name of the Speaker of the House of Representatives now?

48
There are four amendments to the Constitution about who can vote. Describe one of them.

49
What is one responsibility that is only for United States citizens?

50
Name one right only for United States citizens.

51
What are two rights of everyone living in the United States?

52
What do we show loyalty to when we say the Pledge of Allegiance?

53
WHAT IS ONE PROMISE YOU MAKE WHEN YOU BECOME A UNITED STATES CITIZEN?

54
HOW OLD DO CITIZENS HAVE TO BE TO VOTE FOR PRESIDENT?

55
WHAT ARE TWO WAYS THAT AMERICANS CAN PARTICIPATE IN THEIR DEMOCRACY?

56
WHEN IS THE LAST DAY YOU CAN SEND IN FEDERAL INCOME TAX FORMS?

57
WHEN MUST ALL MEN REGISTER FOR THE SELECTIVE SERVICE?

58
WHAT IS ONE REASON COLONISTS CAME TO AMERICA?

59
WHO LIVED IN AMERICA BEFORE THE EUROPEANS ARRIVED?

60
WHAT GROUP OF PEOPLE WAS TAKEN TO AMERICA AND SOLD AS SLAVES?

61
Why did the colonists fight the British?

62
Who wrote the Declaration of Independence?

63
When was the Declaration of Independence adopted?

64
There were 13 original states. Name three.

65
What happened at the Constitutional Convention?

66
When was the Constitution written?

67
The Federalist Papers supported the passage of the U.S. Constitution. Name the writers.

68
What is something Benjamin Franklin is famous for?

69
Who is the "Father of Our Country"?

70
WHO WAS THE FIRST PRESIDENT?

71
WHAT TERRITORY DID THE UNITED STATES BUY FROM FRANCE IN 1803?

72
NAME A WAR FOUGHT BY THE UNITED STATES IN THE 1800s.

73
NAME THE U.S. WAR BETWEEN THE NORTH AND THE SOUTH.

74
NAME A PROBLEM THAT LED TO THE CIVIL WAR.

75
WHAT WAS AN IMPORTANT THING THAT ABRAHAM LINCOLN DID?

76
WHAT DID THE EMANCIPATION PROCLAMATION DO?

77
WHAT DID SUSAN B. ANTHONY DO?

78
NAME A WAR FOUGHT BY THE UNITED STATES IN THE 1900s.

79
WHO WAS PRESIDENT DURING WORLD WAR I?

80
WHO WAS PRESIDENT DURING THE GREAT DEPRESSION AND WORLD WAR II?

81
WHO DID THE UNITED STATES FIGHT IN WORLD WAR II?

82
BEFORE HE WAS PRESIDENT, EISENHOWER WAS A GENERAL. WHAT WAR WAS HE IN?

83
DURING THE COLD WAR, WHAT WAS THE MAIN CONCERN OF THE UNITED STATES?

84
WHAT MOVEMENT TRIED TO END RACIAL DISCRIMINATION?

85
WHAT DID MARTIN LUTHER KING, JR. DO?

86
WHAT MAJOR EVENT HAPPENED ON SEPTEMBER 11, 2001, IN THE UNITED STATES?

87
NAME ONE AMERICAN INDIAN TRIBE IN THE UNITED STATES.

88
NAME THE TWO LONGEST RIVERS IN THE UNITED STATES.

89
WHAT OCEAN IS ON THE WEST COAST OF THE UNITED STATES?

90
WHAT OCEAN IS ON THE EAST COAST OF THE UNITED STATES?

91
NAME A U.S. TERRITORY.

92
NAME A STATE THAT BORDERS CANADA.

93
NAME A STATE THAT BORDERS MEXICO.

94
What is the capital of the United States?

95
Where is the Statue of Liberty?

96
Why does the flag have 13 stripes?

97
Why does the flag have 50 stars?

98
What is the name of the national anthem?

99
When do we celebrate Independence Day?

100
Name two national U.S. holidays.

1
જમીનનો સર્વોચ્ચ કાયદો શું ગણાય છે?

2
બંધારણનું કાર્ય શું છે?

3
બંધારણના પહેલા ત્રણ શબ્દો શું છે, જે સ્વ-સરકારના વિચારનું પ્રતિનિધિત્વ કરે છે?

4
સુધારો શું છે?

5
બંધારણમાં પ્રથમ દસ સુધારા શું કહેવામાં આવે છે?

6
પ્રથમ સુધારામાંથી એક સ્વતંત્રતા શું છે?

7
બંધારણમાં કેટલા સુધારા છે?

8
સ્વતંત્રતાની ઘોષણા શું કરી?

9
સ્વતંત્રતાના ઘોષણામાં ત્રણ અધિકારો શું છે?

10
ધર્મની સ્વતંત્રતા શું છે?

11
યુનાઇટેડ સ્ટેટ્સમાં આર્થિક વ્યવસ્થા શું છે?

12
"કાયદાનું શાસન" શું છે?

13
યુ.એસ. સરકારની શાખા નામ આપો.

14
શું ખૂબ શક્તિશાળી બની સરકારની શાખા અટકી?

15
વહીવટી શાખા કોણ ચલાવે છે?

16
કોણ ફેડરલ કાયદા બનાવે છે?

17
યુ.એસ. કોંગ્રેસના બે ભાગો શું છે?

18
કેટલા યુએસ સેનેટર્સ છે?

19
એક યુ.એસ. સેનેટર કેટલા વર્ષોથી ચૂંટાય છે?

20
તમારા રાજ્યના યુ.એસ. સેનેટર્સમાંથી એક કોણ છે?

21
હાઉસ ઓફ રિપ્રેઝન્ટેટિવમાં કેટલા મતદાતાઓ છે?

22
એક અમેરિકી પ્રતિનિધિ કેટલા વર્ષો માટે ચૂંટાય છે?

23
તમારા રાજ્યના યુ.એસ. પ્રતિનિધિનું નામ જણાવો.

24
યુ.એસ. સેનેટર કોણ પ્રતિનિધિત્વ કરે છે?

25
કેટલાક રાજ્યો અન્ય રાજ્યો કરતાં વધુ પ્રતિનિધિઓ શા માટે છે?

26
એક પ્રમુખ કેટલા વર્ષ માટે ચૂંટાય છે?

27
અમે કયા મહિને રાષ્ટ્રપતિને મત આપીએ છીએ?

28
હવે યુનાઇટેડ સ્ટેટ્સના રાષ્ટ્રપતિ કોણ છે?

29
WHO હવે યુનાઇટેડ સ્ટેટ્સના વાઇસ પ્રેસિડન્ટ છે?

30
જો પ્રમુખ લાંબા સમય સુધી સેવા આપી શકશે નહીં, તો તે રાષ્ટ્રપતિ બન્યા છે?

31
પ્રમુખ કોણ બનશે જો રાષ્ટ્રપતિ અને ઉપપ્રમુખ બન્ને સેવા આપી શકશે નહીં?

32
લશ્કરના ચીફ કમાન્ડર કોણ છે?

33
કોણ બીલને કાયદા બનાવશે?

34
કોણ વીટો વીટો કરે છે?

35
પ્રેસિડન્ટ કેબિનેટ શું કરે છે?

36
બે કેબિનેટ સ્તરની સ્થિતિ શું છે?

37
ન્યાય શાખા શું કરે છે?

38
યુનાઇટેડ સ્ટેટ્સમાં સર્વોચ્ચ અદાલત શું છે?

39
સુપ્રીમ કોર્ટમાં કેટલા ન્યાયમૂર્તિઓ છે?

40
હવે અમેરિકાના મુખ્ય ન્યાયમૂર્તિ કોણ છે?

41
અમારા બંધારણ હેઠળ, કેટલાક સત્તા સંધીય સરકારની છે. ફેડરલ સરકારની એક શક્તિ શું છે?

42
આપણા બંધારણ હેઠળ કેટલાક સત્તા રાજ્યોની છે. રાજ્યોની એક શક્તિ શું છે?

43
હવે તમારા રાજ્યના ગવર્નર કોણ છે?

44
તમારા રાજ્યની રાજધાની શું છે?

45
યુનાઇટેડ સ્ટેટ્સમાં બે મુખ્ય રાજકીય પક્ષો શું છે?

46
હવે રાષ્ટ્રપતિની રાજકીય પાર્ટી શું છે?

47
હાઉસ ઓફ રિપ્રેઝન્ટેટિવ્સના સ્પીકરનું નામ શું છે?

48
કોણ મત આપી શકે તે વિશે બંધારણમાં ચાર સુધારા છે. તેમાંથી એકનું વર્ણન કરો.

49
યુનાઇટેડ સ્ટેટના નાગરિકો માટે જ એક જવાબદારી શું છે?

50
યુનાઇટેડ સ્ટેટના નાગરિકો માટે માત્ર એક જ અધિકારનું નામ આપો.

51
યુનાઇટેડ સ્ટેટ્સમાં રહેતા દરેક વ્યક્તિના બે અધિકારો શું છે?

52
જ્યારે આપણે વયનનું વચન આપીએ છીએ ત્યારે આપણે શું વફાદારી બતાવીએ છીએ?

53
જ્યારે તમે યુનાઈટેડ સ્ટેટના નાગરિક બનો છો ત્યારે તમે શું કરો છો તે એક વચન શું છે?

54
રાષ્ટ્રપતિને મત આપવા માટે નાગરિકને કેટલો જૂના મત આપવો પડે છે?

55
અમેરિકનો તેમના લોકશાહીમાં ભાગ લઇ શકે તેવા બે માર્ગો છે?

56
છેલ્લો દિવસ ક્યારે છે, તમે ફેડરલ આવકવેરાની સ્વરૂપો મોકલી શકો છો?

57
બધા પુરુષો પસંદગીયુક્ત સેવા માટે ક્યારે રજીસ્ટર થવું જોઇએ?

58
એક કારણ વસાહતીઓ અમેરિકા આવ્યા છે?

59
યુરોપીયનો આવ્યા તે પહેલાં અમેરિકામાં કોણ રહે છે?

60
લોકોનું જૂથ અમેરિકામાં કેવી રીતે લેવામાં આવ્યું અને ગુલામો તરીકે વેચવામાં આવ્યું?

61
વસાહતીઓ શા માટે બ્રિટીશ સામે લડ્યા?

62
સ્વતંત્રતાની ઘોષણા કોણે લખી છે?

63
સ્વતંત્રતાની ઘોષણા ક્યારે અપનાવવામાં આવી?

64
ત્યાં 13 મૂળ રાજ્યો હતા. ત્રણ નામ આપો

65
બંધારણીય સંમેલનમાં શું થયું?

66
બંધારણ લખેલું ક્યારે હતું?

67
ફેડરિસ્ટ પેપરે યુ.એસ.ના બંધારણના માર્ગને ટેકો આપ્યો હતો. લેખકોને નામ આપો

68
બેન્જામિન ફ્રેન્કલિન કંઈક પ્રસિદ્ધ છે શું છે?

69
"આપણા દેશના પિતા" કોણ છે?

70
પ્રથમ રાષ્ટ્રપતિ કોણ હતા?

71
યુનાઇટેડ સ્ટેટ્સ 1803 માં ફ્રાન્સમાંથી કયા પ્રદેશનો પ્રદેશ ખરીધો?

72
યુનાઇટેડ સ્ટેટ્સ દ્વારા 1800 ના દાયકામાં લડતા યુદ્ધને નામ આપો.

73
ઉત્તર અને દક્ષિણ વચ્યે યુ.એસ. યુદ્ધનું નામ આપો.

74
એક સમસ્યા છે જે સિવિલ વોર તરફ દોરી ગઈ

75
અબ્રાહમ લિંકનની એક અગત્યની વસ્તુ શું હતી?

76
મુક્તિનું જાહેરનામુ શું કર્યું?

77
સુસાન બી એન્થનીએ શું કર્યું?

78
યુનાઇટેડ સ્ટેટ્સ દ્વારા 1900 ના દાયકામાં લડતા યુદ્ધનું નામ આપો

79
પ્રથમ વિશ્વ યુદ્ધ દરમિયાન રાષ્ટ્રપતિ કોણ હતા?

80
મહામંદી અને બીજા વિશ્વ યુદ્ધ દરમિયાન રાષ્ટ્રપતિ કોણ હતા?

81
વિશ્વ યુદ્ધ II માં યુનાઇટેડ સ્ટેટ્સની લડાઈ કોણે કરી હતી?

82
તે રાષ્ટ્રપતિ બન્યા તે પહેલાં, આઇઝનહોવર સામાન્ય હતું. તેમણે શું યુદ્ધ હતું?

83
શીત યુદ્ધ દરમિયાન યુનાઇટેડ સ્ટેટ્સની મુખ્ય ચિંતા શું હતી?

84
શું ચળવળ વંશીય ભેદભાવ દૂર કરવાનો પ્રયાસ કર્યો?

85
માર્ટિન લ્યુથર કિંગ, જુનિયર શું કરે છે?

86
યુનાઇટેડ સ્ટેટ્સમાં 11 સપ્ટેમ્બર, 2001 ના રોજ કઈ મોટી ઘટના બની?

87
યુનાઇટેડ સ્ટેટ્સમાં એક અમેરિકન ભારતીય જાતિનું નામ આપો.

88
યુનાઇટેડ સ્ટેટ્સની બે સૌથી લાંબી નદીઓનું નામ આપો.

89
કયા સમુદ્ર અમેરિકાના પશ્ચિમ તટ પર છે?

90
કયા સમુદ્ર અમેરિકાના પૂર્વ તટ પર છે?

91
યુ.એસ.ના પ્રદેશને નામ આપો.

92
કેનેડાની સરહદે આવેલા રાજ્યને નામ આપો.

93
મેક્સિકોની સરહદોને નામ આપો

94
યુનાઇટેડ સ્ટેટ્સની રાજધાની શું છે?

95
સ્ટેચ્યુ ઓફ લિબર્ટી ક્યાં છે?

96
ધ્વજ 13 પટ્ટાઓ શા માટે કરે છે?

97
ધ્વજ પાસે **50** તારા શા માટે છે?

98
રાષ્ટ્રગીતનું નામ શું છે?

99
અમે સ્વતંત્રતા દિવસ ક્યારે ઉજવણી કરીએ છીએ?

100
બે રાષ્ટ્રીય યુ.એસ. રજાઓનું નામ આપો.

Part Two

Answers

1
THE CONSTITUTION

2
SETS UP THE GOVERNMENT
DEFINES THE GOVERNMENT
PROTECTS BASIC RIGHTS OF AMERICANS

3
WE THE PEOPLE

4
A CHANGE OR ADDITION TO THE CONSTITUTION

5
THE BILL OF RIGHTS

6
SPEECH
RELIGION
ASSEMBLY
PRESS
PETITION THE GOVERNMENT

7
TWENTY-SEVEN

8
SAID THAT THE UNITED STATES IS FREE FROM GREAT BRITAIN

9
LIFE
LIBERTY
PURSUIT OF HAPPINESS

10
You can practice (or not practice) any religion.

11
capitalist or market economy

12
Everyone (including the Government) must follow the law.

13
legislative
executive
judicial

14
checks and balances
separation of powers

15
the President

16
Congress
Senate and House of Representatives
U.S. legislature

17
Senate and House of Representatives

18
one hundred

19
six

20
Answers will vary. See appendix

21
four hundred thirty-five

22
two

23
Answers will vary. See Appendix.

24
all people of the state

25
because of the state's population

26
four

27
November

28
Donald Trump

29
Michael Pence

30
the Vice President

31
the Speaker of the House

32
the President

33
the President

34
the President

35
advises the President

36
Secretary of Agriculture
Secretary of Commerce
Secretary of Defense
Secretary of Education
Secretary of Energy
Secretary of Health and Human Services
Secretary of Homeland Security
Secretary of Housing and Urban Development
Secretary of the Interior
Secretary of Labor
Secretary of State
Secretary of Transportation
Secretary of the Treasury
Secretary of Veterans Affairs
Attorney General
Vice President

37
reviews laws
explains laws
resolves disagreements
decides if a law goes against the Constitution

38
the Supreme Court

39
NINE

40
JOHN ROBERTS (JOHN G. ROBERTS, JR.)

41
TO PRINT MONEY
TO DECLARE WAR
TO CREATE AN ARMY
TO MAKE TREATIES

42
PROVIDE SCHOOLING AND EDUCATION
PROVIDE PROTECTION (POLICE)
PROVIDE SAFETY (FIRE DEPARTMENTS)
GIVE A DRIVER'S LICENSE
APPROVE ZONING AND LAND USE

43
SEE APPENDIX

44
SEE APPENDIX

45
DEMOCRATIC AND REPUBLICAN

46
REPUBLICAN

47
PAUL D. RYAN

48
Citizens eighteen (18) and older can vote.
You don't have to pay a poll tax to vote.
Any citizen can vote.
A male citizen of any race can vote.

49
serve on a jury
vote in a federal election

50
vote in a federal election
run for federal office

51
freedom of expression
freedom of speech
freedom of assembly
freedom to petition the government
freedom of religion
the right to bear arms

52
the United States
the flag

53
give up loyalty to other countries
defend the Constitution and laws of the U.S
obey the laws of the United States
serve in the U.S. military
serve the nation
be loyal to the United States

54
eighteen (18) and older

55
VOTE
JOIN A POLITICAL PARTY
HELP WITH A CAMPAIGN
JOIN A CIVIC GROUP
JOIN A COMMUNITY GROUP
GIVE AN ELECTED OFFICIAL YOUR OPINION ON AN ISSUE
CALL SENATORS AND REPRESENTATIVES
PUBLICLY SUPPORT OR OPPOSE AN ISSUE OR POLICY
RUN FOR OFFICE
WRITE TO A NEWSPAPER

56
APRIL 15

57
AT AGE EIGHTEEN
BETWEEN EIGHTEEN AND TWENTY-SIX

58
FREEDOM
POLITICAL LIBERTY
RELIGIOUS FREEDOM
ECONOMIC OPPORTUNITY
PRACTICE THEIR RELIGION
ESCAPE PERSECUTION

59
AMERICAN INDIANS
NATIVE AMERICANS

60
AFRICANS
PEOPLE FROM AFRICA

61
Because of high taxes (taxation without representation)
Because the British army stayed in their houses (boarding, quartering)
Because they didn't have self-government

62
(Thomas) Jefferson

63
July 4, 1776

64
New Hampshire
Massachusetts
Rhode Island
Connecticut
New York
New Jersey
Pennsylvania
Delaware
Maryland
Virginia
North Carolina
South Carolina
Georgia

65
The Constitution was written.
The Founding Fathers wrote the Constitution.

66
1787

67
James Madison
Alexander Hamilton
John Jay
Publius

68
U.S. DIPLOMAT
OLDEST MEMBER OF THE CONSTITUTIONAL CONVENTION
FIRST POSTMASTER GENERAL OF THE UNITED STATES
WRITER OF "POOR RICHARD'S ALMANAC"
STARTED THE FIRST FREE LIBRARIES

69
GEORGE WASHINGTON

70
GEORGE WASHINGTON

71
THE LOUISIANA TERRITORY
LOUISIANA

72
WAR OF 1812
MEXICAN-AMERICAN WAR
CIVIL WAR
SPANISH-AMERICAN WAR

73
THE CIVIL WAR
THE WAR BETWEEN THE STATES

74
SLAVERY
ECONOMIC REASONS
STATES' RIGHTS

75
FREED THE SLAVES
PRESERVED THE UNION
LED THE UNITED STATES DURING THE CIVIL WAR

76
freed slaves in the Confederacy
freed slaves in the Confederate states
freed slaves in most Southern states

77
fought for women's rights
fought for civil rights

78
World War I
World War II
Korean War
Vietnam War
(Persian) Gulf War

79
Woodrow Wilson

80
Franklin Roosevelt

81
Japan, Germany, and Italy

82
World War II

83
Communism

84
civil rights (movement)

85
fought for civil rights
worked for equality for all Americans

86
TERRORISTS ATTACKED THE UNITED STATES.

87
CHEROKEE
NAVAJO
SIOUX
CHIPPEWA
CHOCTAW
PUEBLO
APACHE
IROQUOIS
CREEK
BLACKFEET
SEMINOLE
CHEYENNE
ARAWAK
SHAWNEE
MOHEGAN
HURON
ONEIDA
LAKOTA
CROW
TETON
HOPI
INUIT

88
MISSOURI (RIVER)
MISSISSIPPI (RIVER)

89
PACIFIC (OCEAN)

90
ATLANTIC (OCEAN)

91
Puerto Rico
U.S. Virgin Islands
American Samoa
Northern Mariana Islands
Guam

92
Maine
New Hampshire
Vermont
New York
Pennsylvania
Ohio
Michigan
Minnesota
North Dakota
Montana
Idaho
Washington
Alaska

93
California
Arizona
New Mexico
Texas

94
Washington, D.C.

95
New York (Harbor)
Liberty Island

96
because there were 13 original colonies
because the stripes represent the original colonies

97
BECAUSE THERE IS ONE STAR FOR EACH STATE
BECAUSE EACH STAR REPRESENTS A STATE
BECAUSE THERE ARE 50 STATES

98
THE STAR-SPANGLED BANNER

99
JULY 4

100
NEW YEAR'S DAY
MARTIN LUTHER KING, JR. DAY
PRESIDENTS' DAY
MEMORIAL DAY
INDEPENDENCE DAY
LABOR DAY
COLUMBUS DAY
VETERANS DAY
THANKSGIVING
CHRISTMAS

1
બંધારણ

2
સરકાર સુયોજિત કરે છે
સરકાર વ્યાખ્યાયિત કરે છે
અમેરિકનોના મૂળભૂત અધિકારોનું રક્ષણ કરે છે

3
અમે લોકો

4
બંધારણમાં ફેરફાર અથવા વધુમાં

5
રાઇટ્સનો બિલ

6
ભાષણ
ધર્મ
વિધાનસભા
દબાવો
સરકારની અરજી

7
વીસ સાત

8
જણાવ્યું હતું કે યુનાઇટેડ સ્ટેટ્સ ગ્રેટ બ્રિટનથી મુક્ત છે

9
જીવન
સ્વાતંત્ર્ય
ખુશીની પ્રાપ્તિ

10
તમે કોઈપણ ધર્મ પ્રેક્ટિસ (અથવા પ્રેક્ટિસ નથી) કરી શકો છો.

11
મૂડીવાદી અથવા બજાર અર્થતંત્ર

12
દરેક વ્યક્તિને (સરકાર સહિત) કાયદાનું પાલન કરવું આવશ્યક છે.

13
કાયદાકીય
એક્ઝિક્યુટિવ
અદાલતી

14
તપાસ અને બેલેન્સ
સત્તા અલગ

15
રાષ્ટ્રપતિ

16
કૉંગ્રેસ
સેનેટ અને હાઉસ ઓફ રિપ્રેઝન્ટેટિવ્ઝ
યુએસ વિધાનસભા

17
સેનેટ અને હાઉસ ઓફ રિપ્રેઝન્ટેટિવ્ઝ

18
એક સો

19
છ

20
જવાબો બદલાશે પરિશિષ્ટ જુઓ

21
ચારસો પચ્ચીસ

22
બે

23
જવાબો બદલાશે પરિશિષ્ટ જુઓ.

24
રાજ્યના તમામ લોકો

25
રાજ્યની વસ્તીને કારણે

26
ચાર

27
નવેમ્બર

28
ડોનાલ્ડ ટ્રમ્પ

29
માઈકલ પેન્સ

30
વાઇસ પ્રેસિડન્ટ

31
હાઉસ ઓફ઼ સ્પીકર

32
રાષ્ટ્રપતિ

33
રાષ્ટ્રપતિ

34
રાષ્ટ્રપતિ

35
પ્રમુખને સલાહ આપે છે

36
કૃષિ સચિવ
વાણિજ્ય સચિવ
સંરક્ષણ સચિવ
શિક્ષણ સચિવ
ઊર્જા સચિવ

આરોગ્ય અને માનવ સેવા સચિવ
હોમલેન્ડ સિક્યુરિટીના સેક્રેટરી
હાઉસિંગ અને શહેરી વિકાસ સચિવ
ગૃહ સચિવ
લેબર સચિવ
રાજ્યના સચિવ
પરિવહન સચિવ
ટ્રેઝરીના સચિવ
વેટરન્સ અફેર્સ સચિવ
મુખ્ય કાયદા અધિકારી
ઉપ પ્રમુખ

37
સમીક્ષા કાયદા
કાયદા સમજાવે છે
મતભેદો સુધારે છે
નક્કી કરે છે કે જો કાયદો બંધારણ સામે જાય છે

38
સુપ્રીમ કોર્ટ

39
નવ

40
જોહ્ન રોબર્ટ્સ (જોહ્ન જી. રોબર્ટ્સ, જુનિયર)

41
પૈસા છાપવા
યુદ્ધ જાહેર કરવા

લશ્કર બનાવવા માટે
સંધિઓ બનાવવા માટે

42
શિક્ષણ અને શિક્ષણ પૂરું પાડો
રક્ષણ પૂરું પાડો (પોલીસ)
સુરક્ષા પૂરી પાડે છે (આગ વિભાગો)
ડ્રાયવર્સ લાયસન્સ આપો
ઝોનિંગ અને જમીનનો ઉપયોગ મંજૂર કરો

43
પરિશિષ્ટ જુઓ

44
પરિશિષ્ટ જુઓ

45
ડેમોક્રેટિક અને રિપબ્લિકન

46
રિપબ્લિકન

47
પોલ ડી. રાયન

48
સિટિઝન્સ અઢાર (18) અને જૂના મતદાન કરી શકે છે.
મત આપવા માટે તમારે મતદાન ટેક્સ ચૂકવવાની જરૂર નથી.
કોઈપણ નાગરિક મતદાન કરી શકે છે.
કોઈપણ જાતિના પુરુષ નાગરિક મતદાન કરી શકે છે.

49
એક જૂરી પર સેવા
ફેડરલ ચૂંટણીમાં મત આપો

50
ફેડરલ ચૂંટણીમાં મત આપો
ફેડરલ ઑફિસ માટે ચલાવો

51
અભિવ્યક્તિની સ્વતંત્રતા
બોલવાની આઝાદી
વિધાનસભાની સ્વતંત્રતા
સરકારને અરજી કરવાની સ્વતંત્રતા
ધર્મની સ્વતંત્રતા
હથિયારો સહન કરવાનો અધિકાર

52
યુનાઇટેડ સ્ટેટ્સ
ધ્વજ

53
અન્ય દેશો માટે વફાદારી છોડી
યુ.એસ.ના બંધારણ અને કાયદાનો બચાવ
યુનાઇટેડ સ્ટેટ્સના નિયમોનું પાલન કરો
યુ.એસ. લશ્કરી સેવામાં સેવા આપે છે
દેશની સેવા
યુનાઇટેડ સ્ટેટ્સ માટે વફાદાર રહો

54
અઢાર (18) અને જૂની

55
મત આપો
એક રાજકીય પક્ષ જોડાઓ
એક અભિયાન સાથે મદદ
એક નાગરિક જૂથ જોડાઓ
સમુદાય સમૂહમાં જોડાઓ
એક મુદ્દા પર ચૂંટાયેલા અધિકારી તમારા અભિપ્રાય આપે છે
સેનેટર્સ અને પ્રતિનિધિઓને કૉલ કરો
કોઈ મુદ્દો અથવા નીતિનો જાહેરમાં સમર્થન કે વિરોધ કરવો
ઓફિસ માટે રન
એક અખબાર લખો

56
એપ્રિલ 15

57
અઢાર વર્ષની ઉંમરે
અઢાર અને છઠ્ઠા વચ્ચે

58
સ્વતંત્રતા
રાજકીય સ્વતંત્રતા
ધાર્મિક સ્વતંત્રતા
આર્થિક તક
તેમના ધર્મનું પાલન કરો
છટકી સતાવણી

59
અમેરિકન ભારતીયો
મૂળ અમેરિકનો

60
આફ્રિકન
આફ્રિકાના લોકો

61
ઊંચા કર કારણે (પ્રતિનિધિત્વ વગર કર)
કારણ કે બ્રિટિશ સેના તેમના ઘરોમાં રહી હતી (બોર્ડિંગ, ક્વાર્ટરિંગ)
કારણ કે તેમની પાસે સ્વ-સરકારી નથી

62
(થોમસ) જેફરસન

63
4 જુલાઇ, 1776

64
ન્યૂ હેમ્પશાયર
મેસેચ્યુસેટ્સ
રહોડ આયલેન્ડ
કનેક્ટિકટ
ન્યુ યોર્ક
NEW JERSEY
પેન્સિલવેનિયા
ડેલવેર
મેરીલેન્ડ
વર્જિનિયા
ઉત્તર કારોલીના
દક્ષિણ કેરોલિના

જ્યોર્જિયા

65
બંધારણ લખાયું હતું.
સ્થાપક ફાધર્સે બંધારણ લખ્યું છે.

66
1787

67
જેમ્સ મેડિસન
એલેકઝાન્ડર હેમિલ્ટન
જહોન જય
પબ્લિયસ

68
યુ.એસ. રાજદૂત
બંધારણીય સંમેલનની સૌથી જૂની સભ્ય
યુનાઇટેડ સ્ટેટ્સના પ્રથમ પોસ્ટમાસ્ટર જનરલ
"પુઅર રિચાર્ડના અલ્માનેક" ના લેખક
પ્રથમ મફત લાઇબ્રેરીઓ શરૂ કરી

69
જ્યોર્જ વોશિંગ્ટન

70
જ્યોર્જ વોશિંગ્ટન

71
લ્યુઇસિયાના પ્રદેશ
લ્યુઇસિયાના

72
1812 નું યુદ્ધ
મેક્સીકન અમેરિકન યુદ્ધ
નાગરિક યુદ્ધ
સ્પેનિશ-અમેરિકન યુદ્ધ

73
સિવિલ વોર
રાજ્યો વચ્ચેના યુદ્ધ

74
ગુલામી
આર્થિક કારણો
રાજ્યોના અધિકારો

75
ગુલામો મુક્ત
યુનિયન સાચવેલ
સિવિલ વોર દરમિયાન યુનાઈટેડ સ્ટેટ્સની આગેવાની લીધી

76
સંઘમાં મુક્ત ગુલામો
સંઘીય રાજ્યોમાં મુક્ત ગુલામો
મોટા ભાગના દક્ષિણી રાજ્યોમાં મુક્ત ગુલામો

77
મહિલા અધિકારો માટે લડ્યા
નાગરિક અધિકાર માટે લડ્યા

78
વિશ્વ યુદ્ધ I
વિશ્વ યુદ્ધ II
કોરિયન યુદ્ધ
વિયેતનામ યુદ્ધ
(ફારસી) ગલ્ફ વોર

79
વુડ્રો વિલ્સન

80
ફ્રેન્કલિન રુઝવેલ્ટ

81
જાપાન, જર્મની અને ઇટાલી

82
વિશ્વ યુદ્ધ II

83
સામ્યવાદ

84
નાગરિક અધિકાર (ચળવળ)

85
નાગરિક અધિકાર માટે લડ્યા
બધા અમેરિકનો માટે સમાનતા માટે કામ કર્યું

86
આતંકવાદીઓએ યુનાઇટેડ સ્ટેટ્સ પર હુમલો કર્યો

87
ચેરોકી
નાવાજો
સિઓક્સ
ચિપેવા
ચોટાઉ
પુબ્લો
અપાચે
ઇરોક્વિઆ
ક્રીક
બ્લેકફ્રીટ
સેમિનોલ
શેયેન
અરાવક
શૌની
મોહેગન
હુરોન
વનડા
લકોટા
ક્રો
ટેટોન
હોપી
ઇન્યુટ

88
મિઝોરી (નદી)
મિસિસિપી (નદી)

89
પ્રશાંત મહાસાગર)

90
એટલાન્ટિક મહાસાગર)

91
પ્યુઅર્ટો રિકો
યુએસ વર્જિન આઇલેન્ડ્સ
અમેરિકન સમોઆ
ઉત્તરીય મેરીયાના ટાપુઓ
ગુઆમ

92
મૈને
ન્યૂ હેમ્પશાયર
વર્મોન્ટ
ન્યુ યોર્ક
પેન્સિલવેનિયા
ઓહિયો
મિશિગન
મિનેસોટા
ઉત્તર ડાકોટા
મોન્ટાના
ઇડાહો
વોશિંગ્ટન
અલાસ્કા

93
કેલિફોર્નિયા
એરિઝોના
ન્યૂ મેક્સિકો
ટેક્સાસ

94
વોશિંગટન ડીસી.

95
ન્યૂ યોર્ક (હાર્બર)
લિબર્ટી આઇસલેન્ડ

96
કારણ કે ત્યાં 13 મૂળ વસાહતો હતી
કારણ કે પટ્ટાઓ મૂળ વસાહતોનું પ્રતિનિધિત્વ કરે છે

97
કારણ કે દરેક રાજ્ય માટે એક તારો છે
કારણ કે દરેક સ્ટાર રાજ્યનું પ્રતિનિધિત્વ કરે છે
કારણ કે ત્યાં 50 રાજ્યો છે

98
સ્ટાર-સ્પાંગલ્ડ બેનર

99
4 જુલાઇ

100
નવા વર્ષનો દિવસ
માર્ટિન લ્યુથર કિંગ, જુનિયર ડે
પ્રમુખોનો દિવસ

મેમોરિયલ ડે
સ્વતંત્રતા દિવસ
મજુર દિન
કોલંબસ ડે
વેટરન્સ દિવસ
આભારવિધિ
ક્રિસમસ

Appendix

20. List of U.S. Senators- subject to change

HTTP://WWW.SENATE.GOV/SENATORS/CONTACT/

23. List of U.S. Representatives- subject to change

HTTP://WWW.HOUSE.GOV/REPRESENTATIVES/

43. List of State governors- subject to change

HTTP://WWW.NGA.ORG/CMS/GOVERNORS/BIOS

2017

Alabama- Robert Bentley
Alaska- Bill Walker
Arizona- Doug Ducey
Arkansas- Asa Hutchinson
California-Jerry Brown
Colorado- John Hickenlooper
Connecticut- Dan Malloy
Delaware- John Carney
Florida- Rick Scott
Georgia- Nathan Deal
Hawaii- David Ige
Idaho- Butch Otter
Illinois- Bruce Rauner
Indiana- Eric Holcomb
Iowa-Tterry Branstad
Kansas- Sam Brownback
Kentucky- Matt Bevin
Louisiana- John Bel Edwards
Maine- Paul Lepage
Maryland- Larry Hogan
Massachusetts- Charlie Baker
Michigan- Rick Snyder
Minnesota- Mark Dayton

MISSISSIPPI- PHIL BRYANT
MISSOURI- ERIC GREITENS
MONTANA- STEVE BULLOCK
NEBRASKA- PETE RICKETS
NEVADA- BRIAN SANDOVAL
NEW HAMPSHIRE- CHRIS SUNUNU
NEW JERSEY- CHRIS CHRISTIE
NEW MEXICO- SUSANA MARTINEZ
NEW YORK- ANDREW CUOMO
NORTH CAROLINA- ROY COOPER
NORTH DAKOTA- DOUG BURGUM
OHIO- JOHN KASICH
OKLAHOMA- MARY FALLIN
OREGON- KATE BROWN
PENNSYLVANIA- TOM WOLFE
RHODE ISLAND- GINA RAIMONDO
SOUTH CAROLINA- NIKKI HALEY
SOUTH DAKOTA- DENNIS DAUGAARD
TENNESSEE-BILL HASLAM
TEXAS- GREG ABBOTT
UTAH- GARY HERBERT
VERMONT- PHIL SCOTT
VIRGINIA- TERRY MCAULIFFE
WASHINGTON-JAY INSLEE
WEST VIRGINIA- JIM JUSTICE
WISCONSIN- SCOTT WALKER
WYOMING- MATT MEAD

44. LIST OF STATE CAPITALS

ALABAMA - MONTGOMERY
ALASKA - JUNEAU
ARIZONA - PHOENIX
ARKANSAS - LITTLE ROCK
CALIFORNIA - SACRAMENTO
COLORADO - DENVER
CONNECTICUT - HARTFORD
DELAWARE - DOVER
FLORIDA - TALLAHASSEE
GEORGIA - ATLANTA
HAWAII - HONOLULU
IDAHO - BOISE
ILLINOIS - SPRINGFIELD
INDIANA - INDIANAPOLIS
IOWA - DES MOINES
KANSAS - TOPEKA

Kentucky - Frankfort
Louisiana - Baton Rouge
Maine - Augusta
Maryland - Annapolis
Massachusetts - Boston
Michigan - Lansing
Minnesota - St. Paul
Mississippi - Jackson
Missouri - Jefferson City
Montana - Helena
Nebraska - Lincoln
Nevada - Carson City
New Hampshire - Concord
New Jersey - Trenton
New Mexico - Santa Fe
New York - Albany
North Carolina - Raleigh
North Dakota - Bismarck
Ohio - Columbus
Oklahoma - Oklahoma City
Oregon - Salem
Pennsylvania - Harrisburg
Rhode Island - Providence
South Carolina - Columbia
South Dakota - Pierre
Tennessee - Nashville
Texas - Austin
Utah - Salt Lake City
Vermont - Montpelier
Virginia - Richmond
Washington - Olympia
West Virginia - Charleston
Wisconsin - Madison
Wyoming - Cheyenne

Made in the USA
Columbia, SC
13 January 2025